Impressum
Verlag: BABADADA GmbH, Nedderfeld 112 , 22529 Hamburg
Geschäftsführer / Verlagsleitung: Harald Hof
Druck: Books on Demand GmbH, In de Tarpen 42, 22848 Norderstedt

Imprint
Publisher: BABADADA GmbH, Nedderfeld 112 , 22529 Hamburg, Germany
Managing Director / Publishing direction: Harald Hof
Print: Books on Demand GmbH, In de Tarpen 42, 22848 Norderstedt

escola

shule

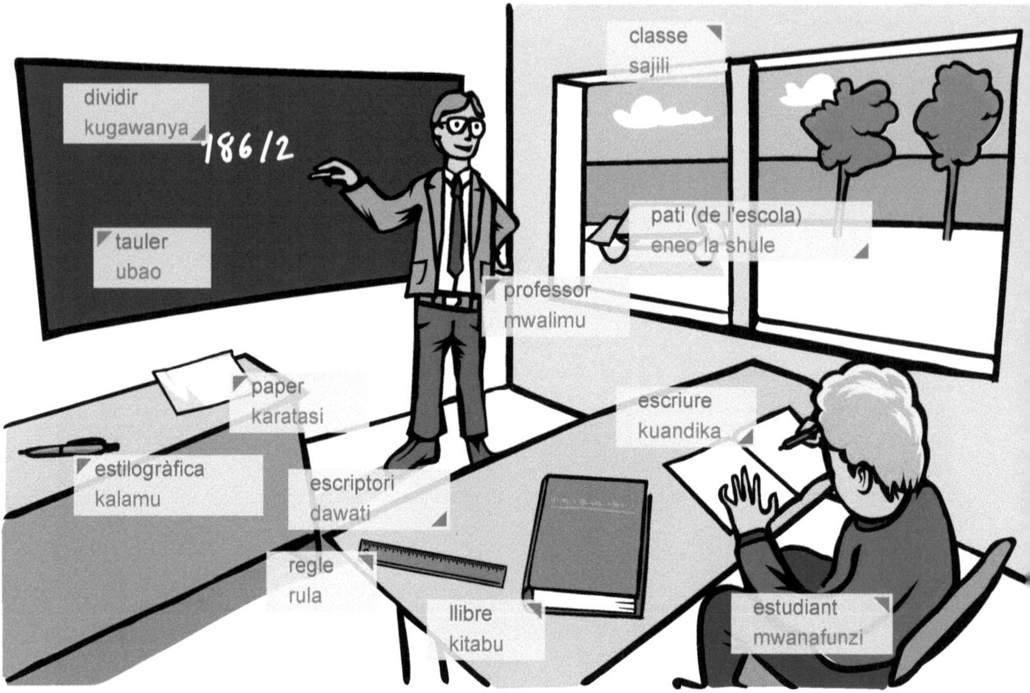
classe
sajili
dividir
kugawanya
186/2
tauler
ubao
pati (de l'escola)
eneo la shule
professor
mwalimu
paper
karatasi
escriure
kuandika
estilogràfica
kalamu
escriptori
dawati
regle
rula
llibre
kitabu
estudiant
mwanafunzi

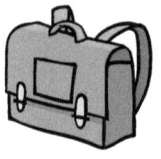

bossa

mkoba

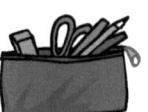

estoig

kikasha cha penseli

llapis

penseli

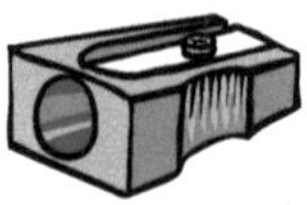

maquineta de fer punta

kichonga penseli

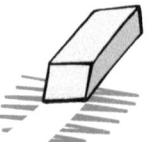

goma

mpira

bloc de dibuix

pedi ya kuchora

dibuix

uchoraji

pinzell

brashi ya rangi

capsa de pintures

sanduku la rangi

tisores

mkasi

cola

gundi

quadern d'exercicis

daftari

deures

kazi ya nyumbani

nombre

nambari

afegir

jumlisha

sostreure

ondoa

multiplicar

zidisha

calcular

kokotoa

lletra

barua

alfabet

alfabeti

mot

neno

text

maandishi

llegir

kusoma

guix

chaki

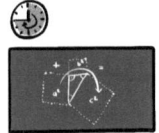

lliçó

somo

llibre de classe

sajili

examen

uchunguzi

certificat

cheti

uniforme escolar

sare za shule

formació

elimu

enciclopèdia

elezo

universitat

chuo kikuu

microscopi

darubini

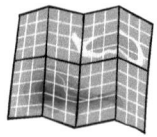

mapa

ramani

paperera

kikapu cha kuweka karatasi
chafu

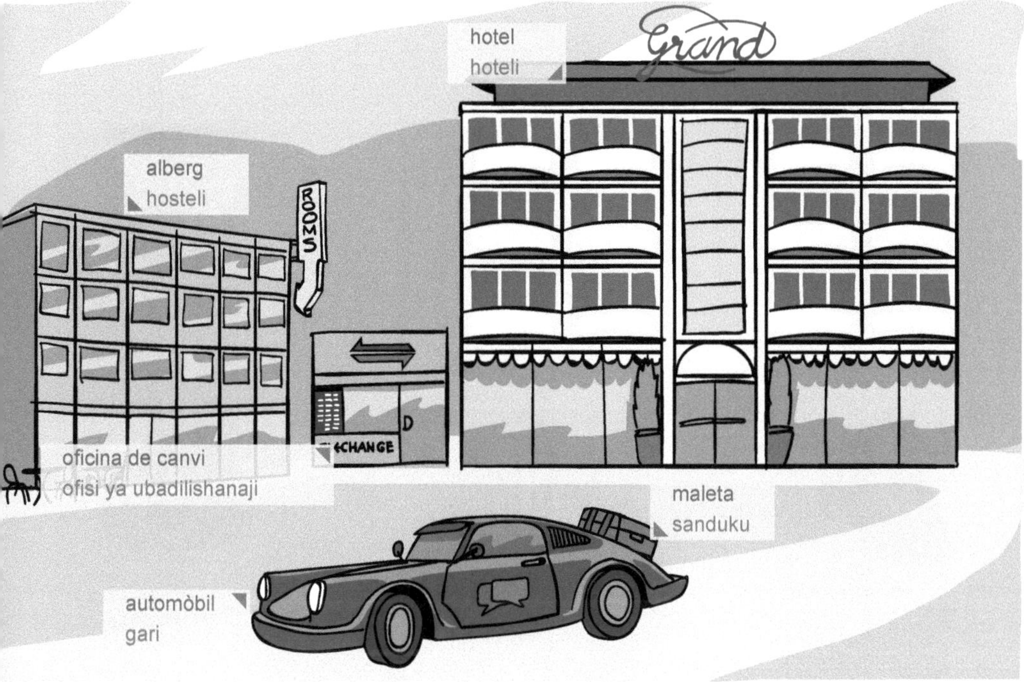

hotel
hoteli
Grand
alberg
hosteli
ROOMS
EXCHANGE
oficina de canvi
ofisi ya ubadilishanaji
maleta
sanduku
automòbil
gari

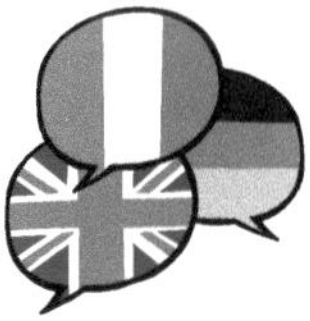

llengua
lugha

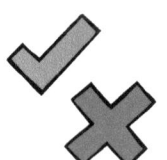

sí / no
ndiyo / la

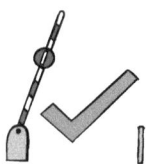

D'acord
sawa

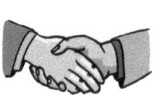

Ey!
hujambo

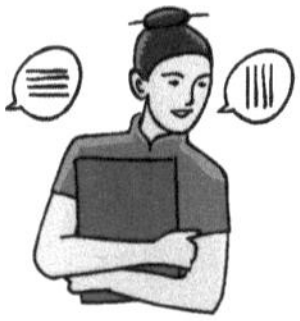

traductora
mtafsiri

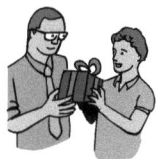

gràcies
Asante

Quant costa… ?

kiasi gani ni …?

No entenc

Sielewi

problema

tatizo

Bona nit!

Jioni njema!

bon dia!

Habari za asubuhi!

bona nit!

Usiku mwema!

fins aviat

kwa heri

direcció

mwelekeo

bagatge

mizigo

bossa

mfuko

sarrona

shanta

convidat

mgeni

cambra

chumba

sac de dormir

begi la kulalia

tenda

hema

oficina de turisme

taarifa ya utalii

platja

ufuo

carta de crèdit

kadi

esmorzar

kifunguakinywa

dinar

chakula cha mchana

sopar

chakula cha jioni

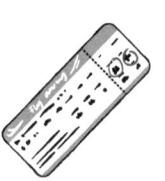

bitllet

tiketi

ascensor

kuinua

segell

muhuri

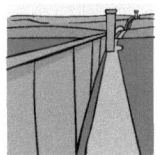

frontera

mpaka

duana

mila

ambaixada

ubalozi

visat

visa

passaport

pasipoti

transport
usafiri

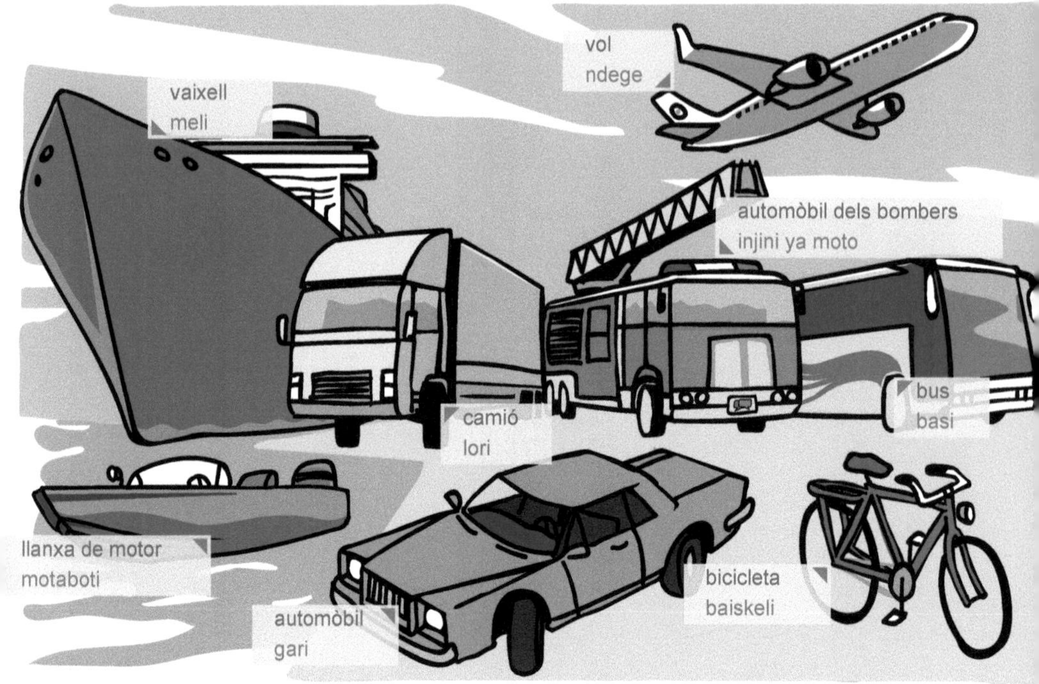
vol
ndege
vaixell
meli
automòbil dels bombers
injini ya moto
camió
lori
bus
basi
llanxa de motor
motaboti
bicicleta
baiskeli
automòbil
gari

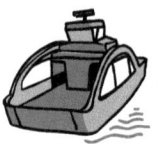

transbordador
feri

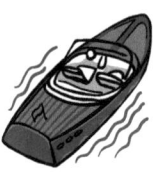

barca
mashua

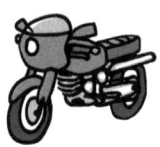

moto
pikipiki

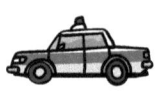

automòbil de policia
gari la polisi

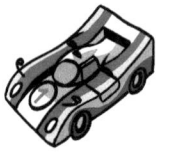

automòbil de curses
gari la mashindano

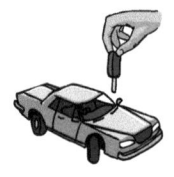

automòbil de lloguer
gari la kukodisha

vehicle compartit

kushiriki gari

grua

lori la kuvuta

camió de les escombraries

ukūsanyaji taka

motor

motor

benzina

mafuta

benzineria

kituo cha mafuta

senyal de trànsit

ishara trafiki

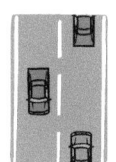

trànsit

trafiki

embús

msongamano

aparcament

maegesho

estació de trens

kituo cha treni

vies

reli

tren

garimoshi

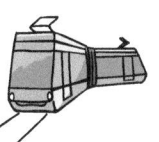

tramvia

tremu

vagó

gari la mizigo

helicòpter

helikopta

aeroport

uwanja wa ndege

torre

mnara

passatger

abiria

contenidor

chombo

capsa de cartó

katoni

carretó

mkokoteni

cistella

kikapu

enlairar-se / aterrar

ondoka

ciutat
jiji

poble

kijiji

centre de la ciutat

katikati ya jiji

casa

nyumba

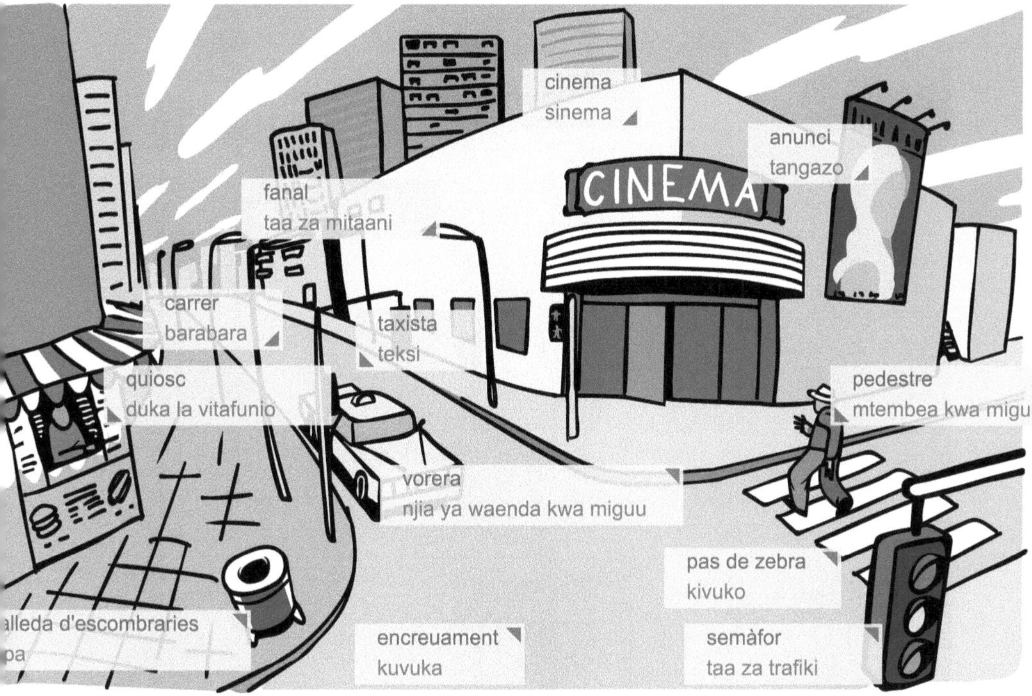

cinema
sinema

anunci
tangazo

fanal
taa za mitaani

CINEMA

carrer
barabara

taxista
teksi

quiosc
duka la vitafunio

pedestre
mtembea kwa miguu

vorera
njia ya waenda kwa miguu

pas de zebra
kivuko

alleda d'escombraries
pa

encreuament
kuvuka

semàfor
taa za trafiki

cabana

kibanda

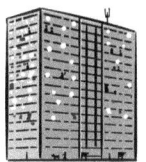

apartament

gorofa

estació de trens

kituo cha treni

casa de la vila-ciutat

ukumbi wa mji

museu

Makavazi

escola

shule

universitat

chuo kikuu

banca

benki

hospital

hospitali

hotel

hoteli

farmàcia

duka la dawa

oficina

ofisi

llibreria

duka la kitabu

botiga

duka

floristeria

duka la maua

supermercat

dukakuu

mercat

soko

gran magatzem

idara ya kuhifadhi

peixateria

mwuza samaki

centre comercial

kituo cha ununuzi

port

bandari

parc

Hifadhi

banc

benki

pont

daraja

escala

vidato

metro

chini ya ardhi

túnel

handaki

parada d'autobús

kituo cha mabasi

bar

bar

restaurant

mgahawa

bústia de correu

sanduku la posta

senyal indicador

ishara ya barabara

parquímetre

mita ya maegesho

zoo

bustani ya wanyama

piscina

kidimbwi cha kuogelea

mesquita

msikiti

granja
shamba

pol·lució
uchafuzi

cementiri
makaburini

església
kanisa

parc infantil
uwanja wa michezo

temple
hekalu

paisatge
mazingira

fulla
jani

cartell indicador
ishara ya mwelekeo

camí
njia

prat
malisho

pedra
jiwe

excursionista
mtembeaji wa masafa

arbre
mti

riu
mto

gespa
nyasi

flor
ua

vall

bonde

muntanya

kilima

llac

ziwa

bosc

msitu

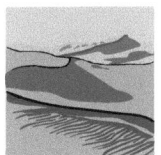

desert

jangwa

volcà

volkano

castell

ngome

arc de Sant Martí

upinde wa mvua

bolet

uyoga

palmera

mtende

moscard

mbu

mosca

kuruka

formiga

chungu

abella

nyuki

aranya

buibui

escarabat

mende

granota

chura

esquirol

kuchakuro

eriçó

nungunungu

llebre

sungura

òliba

bundi

ocell

ndege

cigne

swan

senglar

nguruwe mwitu

cervo

kulungu

ant

aina ya kongoni

presa

bwawa

turbina

tabo ya upepo

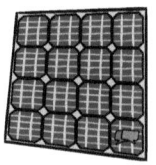

panell solar

nishaji ya jua

clima

hali ya hewa

cambrer
mhudumu

menú
menyu

cadira
kiti

sopa
supu

pizza
piza

coberts
vilia

tovalla
kitambaa cha mezani

primer plat
kiamsha hamu

plat principal
kozi kuu

darreries
kitindamlo

begudes
vinywaji

menjar
chakula

ampolla
chupa

restaurant - mgahawa

17

menjar ràpid

chakula cha haraka

menjar de carrer

Streetfood

tetera

buli

sucrer

kisanduku cha sukari

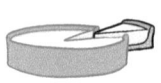

porció

sehemu

màquina d'espresso

mashine ya espresso

trona

kiti kirefu

factura

muswada

plata

trei

ganivet

kisu

forqueta

uma

cullera

kijiko

cullereta

kijiko cha chai

tovalló

nepi

got

glasi

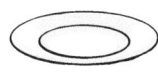

plat

sahani

plat de sopa

sahani ya supu

plateret

sufuria

salsa

mchuzi

saler

kichanyaji chumvi

molinet de pebre

kinu cha pilipili

vinagre

siki

oli

mafuta

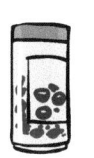

espècies

viungo

quètxup

kechapu

mostassa

haradali

maionesa

kachumbari nzito

supermercat
dukakuu

oferta especial
ofa maalum
FOR
client
mteja
productes lactis
maziwa
fruites
matunda
carret de la compra
toroli

BUTCHERS

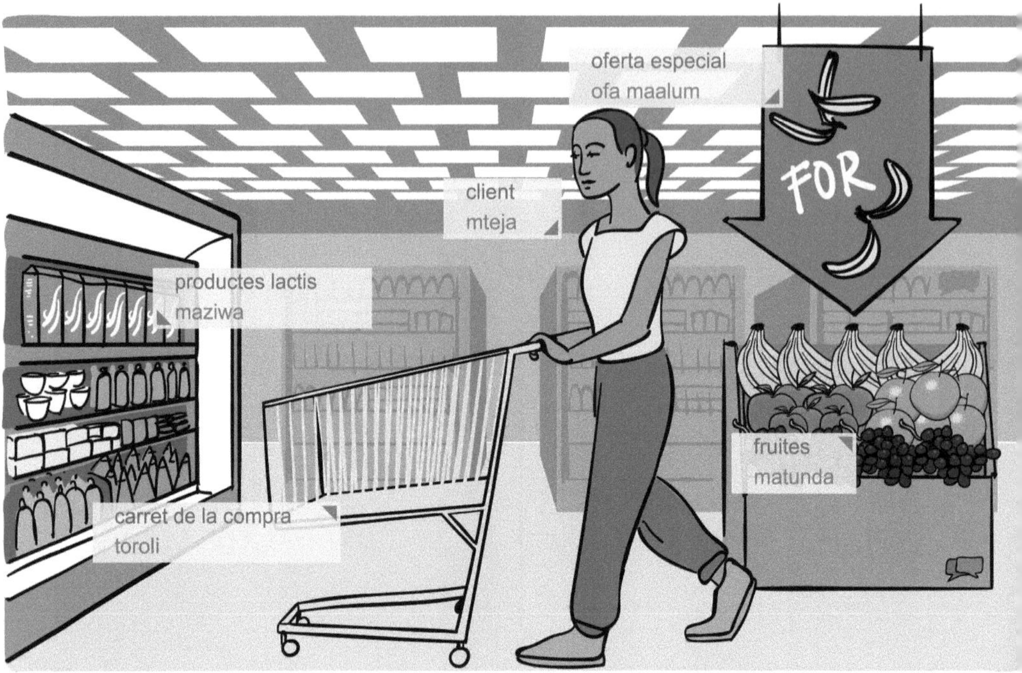

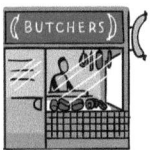

carnisseria

mchinjaji

BAKERY

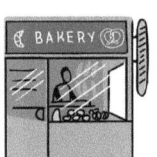

forn de pa

mwokaji

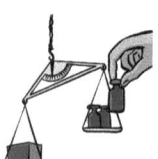

pesar

uzito

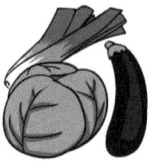

verdures

mboga

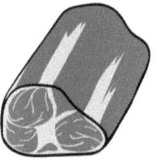

carn

nyama

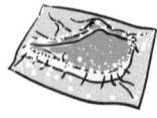

menjar congelat

chakula waliohifadhiwa

carn freda

vipande vya nyama baridi

conserves

chakula cha kopo

detergent en pols

sabuni ya unga

dolços

pipi

articles domèstics

bidhaa za kaya

productes de neteja

bidhaa za kusafisha

venedora

mtu mauzo

caixa registradora

mpaka

caixera

keshia

llista de la compra

orodha ya manunuzi

horari d'obertura

masaa ya ufunguzi

portamonedes

mkoba

carta de crèdit

kadi

bossa

mfuko

bossa de plàstic

mfuko wa plastiki

aigua

maji

suc

sharubati

llet

maziwa

coca-cola

coke

vi

mvinyo

cervesa

bia

alcohol

pombe

cacau

kakao

te

chai

cafè

kahawa

espresso

spreso

cappuccino

kapuchino

banana

ndizi

poma

tufaha

taronja

machungwa

síndria

tikiti

llimona

lemon

pastanaga

karoti

all

kitunguu saumu

bambú

mianzi

ceba

kitunguu

bolet

uyoga

avellanes

karanga

fideus

nudo

espaguetis

spageti

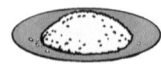

arròs

mpunga

amanida

saladi

patates fregides

vibanzi

patates fregides

viazi vya kukaanga

pizza

piza

hamburguesa

hambaga

entrepà

sandwichi

escalopa

kipande

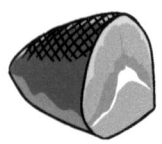

cuixot

paja la mnyama

salami

salami

salsitxa

soseji

pollastre

kuku

rostit

choma

peix

samaki

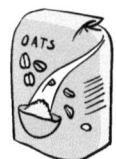

flocs de civada

oats ya uji

musli

muesli

cereals

cornflakes

farina

unga

croissant

kroisanti

panet

andazi

pa

mkate

torrada

mkate wa kubanika

bescuits

biskuti

mantega

siagi

mató

maziwa mgando

pastís

keki

ou

yai

ou fregit

yai kukaanga

formatge

jibini

gelat

aiskrimu

sucre

sukari

mel

asali

melmelada

jemu

crema de xocolata

kuenea kwa chokoleti

curri

mchuzi wa viungo

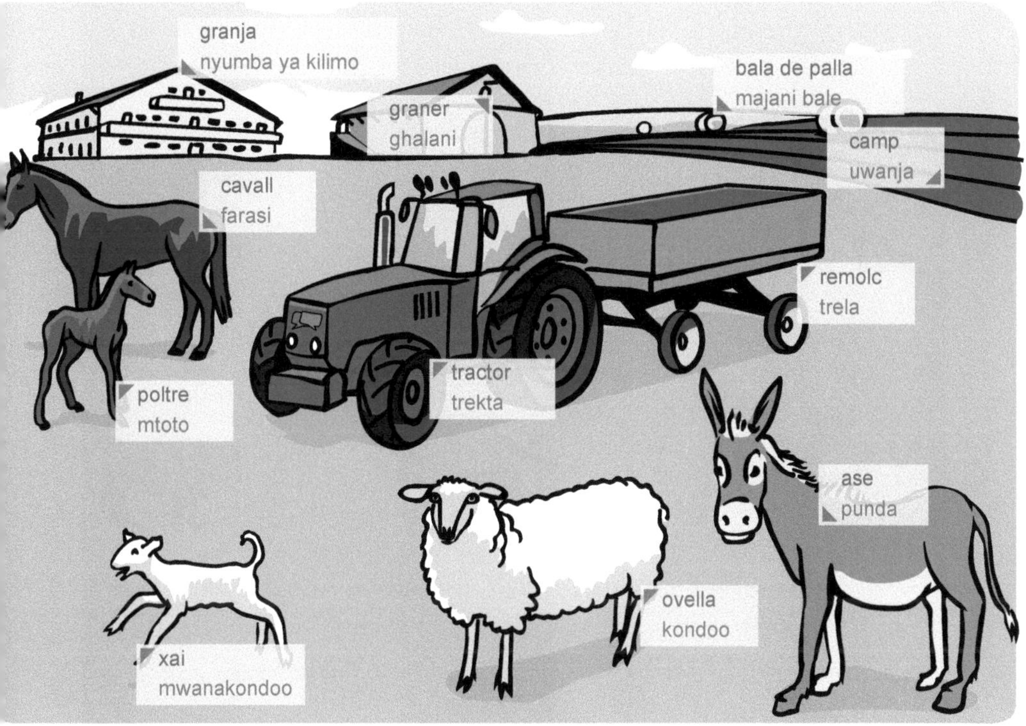

granja
nyumba ya kilimo

bala de palla
majani bale

graner
ghalani

camp
uwanja

cavall
farasi

remolc
trela

poltre
mtoto

tractor
trekta

ase
punda

xai
mwanakondoo

ovella
kondoo

cabra	vaca	vedella
mbuzi	ng'ombe	ndama

porc	garrí	bou
nguruwe	mwananguruwe	fahali

oca

batabukini

ànec

bata

poll

kifaranga

gall

kuku

gallina

jogoo

rata

panya

gat

paka

ratolí

panya

bou

ng'ombe

gos

mbwa

gossera

nyumba ya mbwa

mànega de regar

bomba la bustani

regadora

debe la kumwagilia maji

dalla

fyekeo

arada

kulima

falç
....
mundu

aixada
....
jembe

forca
....
uma wa nyasi

destral
....
shoka

carretó
....
toroli

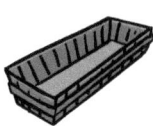

abeurador
....
kupitia nyimbo

lletera
....
chombo cha maziwa

sac
....
gunia

tanca
....
ua

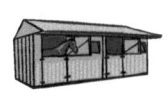

establa
....
imara

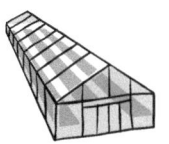

hivernacle
....
chafu

sòl
....
udongo

llavor
....
mbegu

adob
....
mbolea

collidora
....
kivunaji

collir

mavuno

collita

mavuno

nyam

viazi vikuu

blat

ngano

soja

soya

patata

viazi

blat de moro o d'indi

mahindi

colza

rapa

arbre fruiter

mti wa matunda

mandioca

muhogo

cereals

nafaka

casa

nyumba

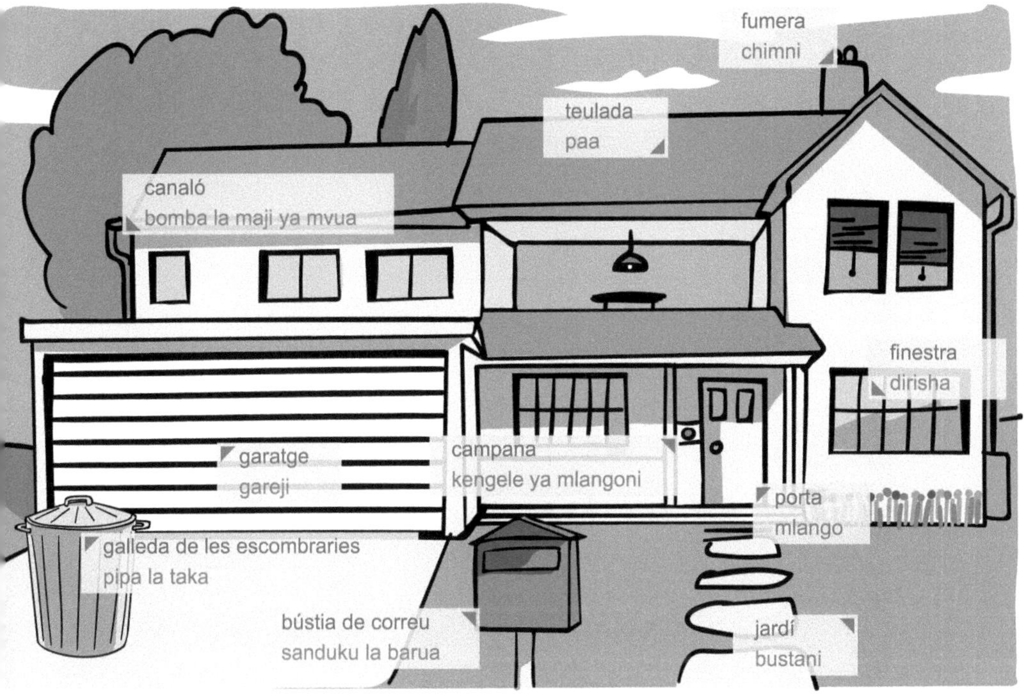
fumera
chimni
teulada
paa
canaló
bomba la maji ya mvua
finestra
dirisha
garatge
gareji
campana
kengele ya mlangoni
porta
mlango
galleda de les escombraries
pipa la taka
bústia de correu
sanduku la barua
jardí
bustani

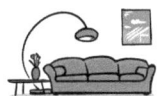

sala d'estar

sebuleni

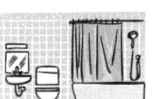

bany

bafu

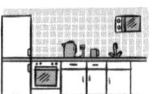

cuina

jikoni

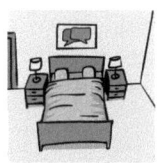

cambra de dormir

chumba cha kulala

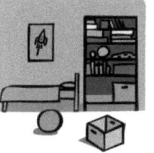

cambra de nen

chumba ya mtoto

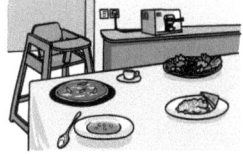

menjador

chumba cha kulia

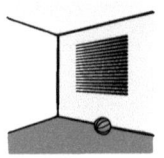

sòl
....
sakafu

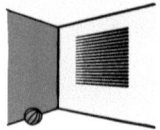

paret
....
ukuta

sostre
....
dari

soterrani
....
pishi

sauna
....
sauna

balcó
....
roshani

terrassa
....
mtaro

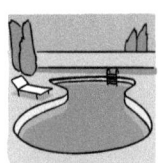

piscina
....
kidimbwi

tallagespa
....
mashine ya kukata nyasi

vànova
....
karatasi

cobrellit
....
kitambaa cha kupamba
kitanda

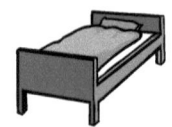

llit
....
kitanda

escombra
....
ufagio

galleda
....
ndoo

interruptor
....
kubadili

sala d'estar
sebuleni

paper de paret
mandhari
quadre
picha
làmpada
taa
prestatge
rafu
armari
kabati
televisor
televisheni/runinga
escalfapanxes
mekoni
flor
ua
coixí
mto
sofà
sofa
gerro
chombo cha maua
telecomanda
kitenzambali

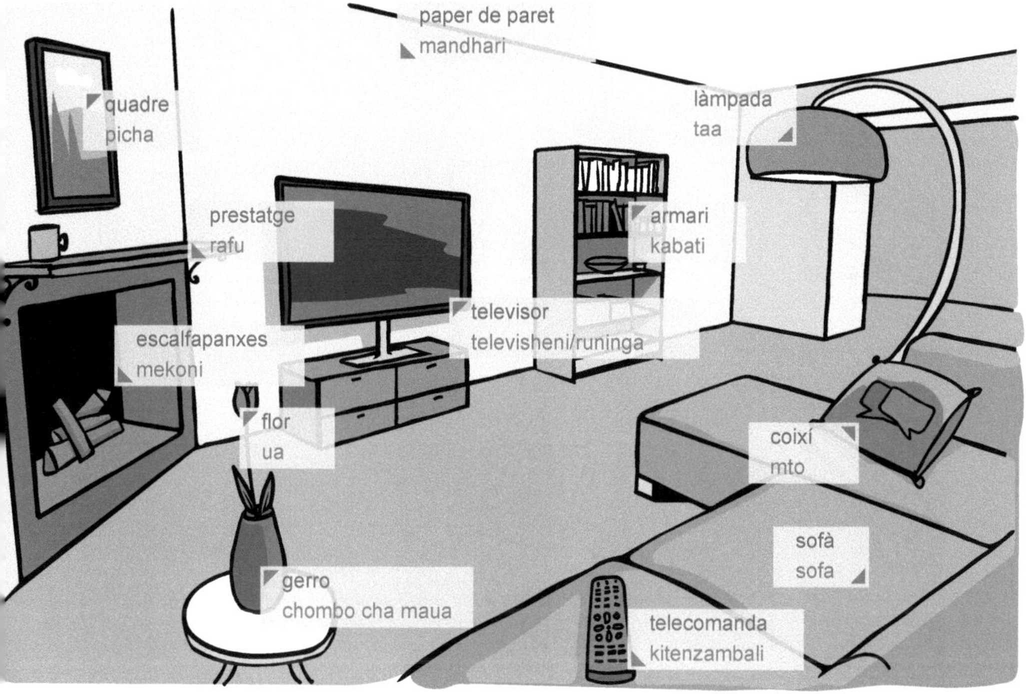

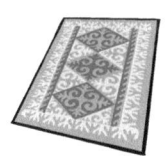

catifa

zulia

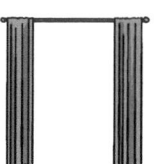

cortina

pazia

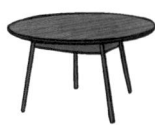

taula

meza

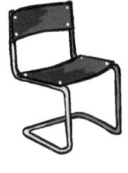

cadira

kiti

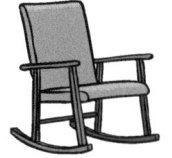

cadira gronxadora

kiti cha bembea

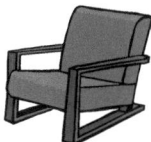

cadiral

armchair

llibre
kitabu

llençol
blanketi

decoració
mapambo

llenya
kuni

film
filamu

cadena de música
kifaa cha hi-fi

clau
ufunguo

diari
gazeti

pintura
uchoraji

cartell
bango

ràdio
redio

bloc de notes
daftari

aspiradora
kifyonza

cactus
dungusi kakati

candela
mshumaa

cuina
jikoni

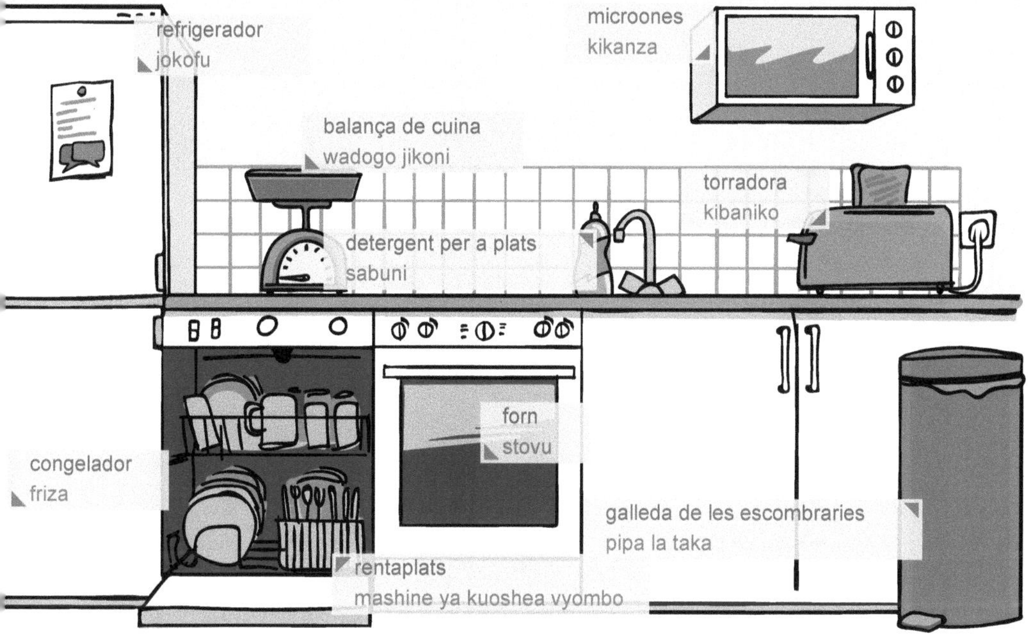

refrigerador
jokofu
microones
kikanza
balança de cuina
wadogo jikoni
torradora
kibaniko
detergent per a plats
sabuni
forn
stovu
congelador
friza
galleda de les escombraries
pipa la taka
rentaplats
mashine ya kuoshea vyombo

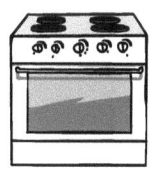

cuina de fogons
jiko la kupika

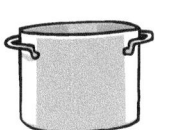

olla
chungu

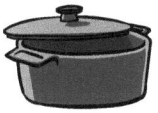

olla de ferro colat
sufuria ya chuma

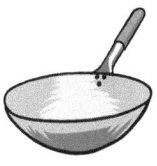

wok / karahi
wok / kadai

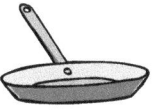

paella
kaango

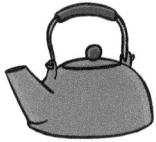

bullidor
birika

olda de vapor
....
stima

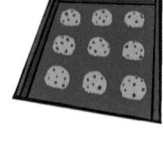

plata de forn
....
sinia ya kuoka

vaixella
....
vyombo vya udongo

tassa grossa
....
kombe

bol
....
bakuli

bastonets xinesos
....
vijiti vya kulia

culler
....
ukawa

espàtula
....
mwiko mpana

batedor
....
burashi

colador
....
kichujio

sedàs
....
chujio

ratllador
....
mbuzi

morter
....
chokaa

barbacoa
....
barbeque

foc a terra
....
moto wazi

taula de tallar

ubao wa majaribio

corró

kijiti cha kusukuma unga

llevataps

kizibuo

pot de conserva

kopo

obridor

inaweza kopo

agafador

kishikio cha chungu

aigüera

karo

raspall

brashi

esponja

sifongo

batedora

kisagaji matunda

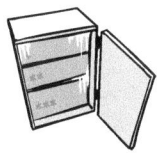

congelador

friji ya kina

biberó

chupa ya mtoto

aixeta

bomba

calefacció
joto

dutxa
mfereji wa kuogea

tovallola
taulo

cortina de dutxa
pazia la kuogea

bany de bombolles
maji ya kuoga yenye povu

banyera
hodhi

got
glasi

rentadora
mashine ya kuosha

aixeta
bomba

orinal
poti

rajoles
vigae

aigüera
karo

lavabo
choo

lavabo turc
choo cha squat

bidet
beseni la mviringo

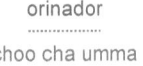

orinador
choo cha umma

paper higiènic
shashi

escombreta de sanitari
brashi ya choo

raspall de dents

mswaki

pasta de dents

dawa ya meno

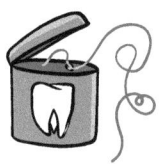

fil dental

dawa ya meno

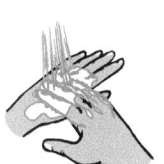

rentar

safisha

pom de dutxa

kuoga mkono

dutxa íntima

msukumo wa maji

rentamans

bonde

raspall per a l'esquena

mpako wa pili

sabó

sabuni

gel de dutxa

jeli ya kuogea

xampú

shampuu

manyopla de bany

flana

bonera

toa maji

crema

krimu

desodorant

kiondoa harufu

mirall

kioo

mirall-espill de mà

kioo mkono

maquineta de rasar

kinyozi

espuma de barbejar

povu la kunyoa

loció post-rasada

baada ya kunyoa

pinta

kichana

raspall

brashi

eixugador

kikausha nywele

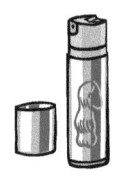

laca

marashi ya nyewele

maquillatge

vipodozi

pintallavis

kidomwa

esmalt d'ungles

varnish ya msumari

cotó

pamba

tallaungles

mkasi wa kucha

perfum

manukato

estoig de bellesa

mkoba wa kuosha

tamboret

kinyesi

bàscula

mizani

barnús

nguo ya kuoga

guants de goma

glavu za mpira

compresa higiènica

kisodo

compresa

sodo

sanitari químic

kemikali choo

cambra de nen
chumba ya mtoto

despertador
saa ya kengele
animal de peluix
kidoli cha kupakata
auto de joguina
gari bandia
sonall
kelele
casa de nines
chumba cha midoli
present
sasa

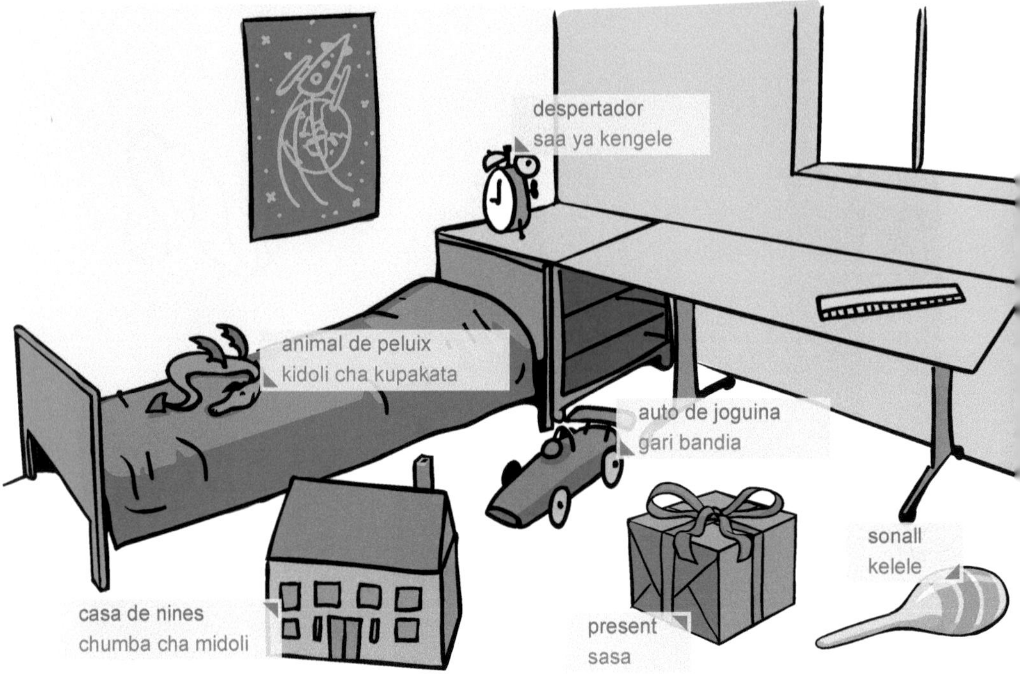

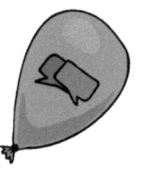

baló
baluni

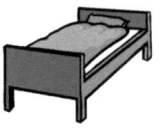

llit
kitanda

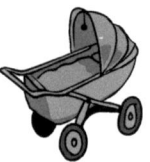

cotxet per a nens
mashua

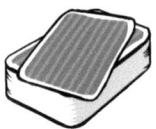

joc de cartes
staha ya kadi

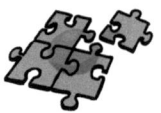

trencaclosca
mchezo-fumb

SUPER MEGA

historieta
vichekesho

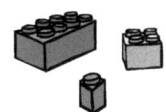

peces de lego

matofali lego

peces de construcció

vitalu mwigo

ninot d'acció

hatua takwimu

granota

suti ya kulalia

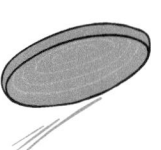

frisbee

kisahani

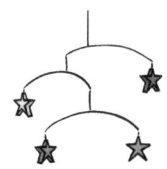

mòbil per a bressol

simu

joc de taula

ubao wa michezo

daus

kete

tren elèctric

garimoshi mwigo

xumet

dummy

festa

chama

llibre de dibuixos

picha kitabu

pilota

mpira

nina

kikaragosi

jugar

kucheza

sorrera

shimo la mchanga

gronxador

bembea

joguines

vitu bandia

consola de jocs de vídeo

kiweko cha video ya mchezo

tricicle

baiskeli ya magurudumu

osset de peluix

mwanasesere

armari

kabati

matatu

roba

nguo

mitjons

soksi

mitges

stokingi

mitja pantaló

kibano

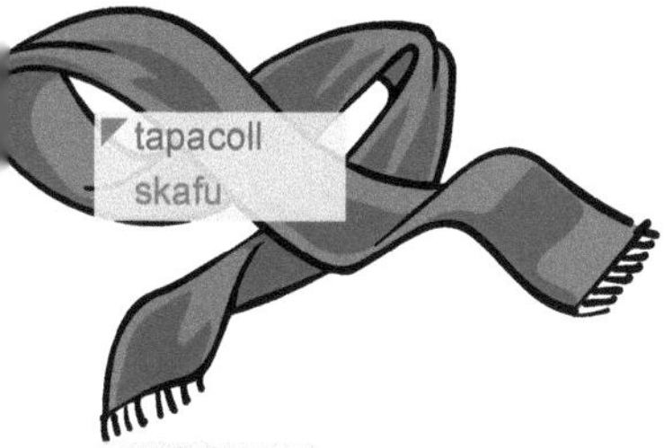

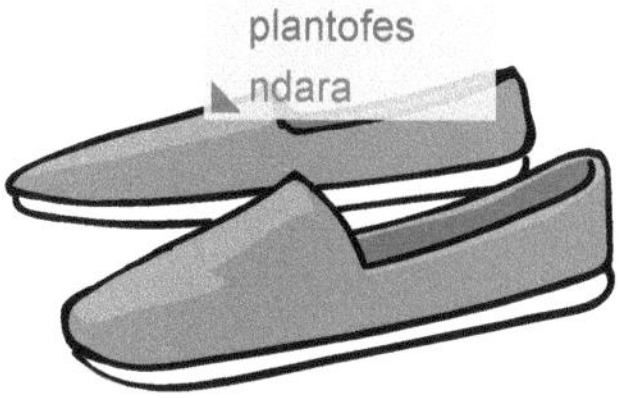

tapacoll
skafu

paraigua
mwavuli

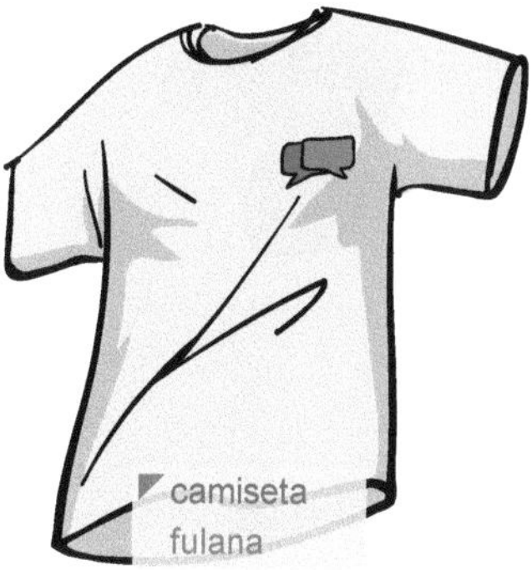

camiseta
fulana

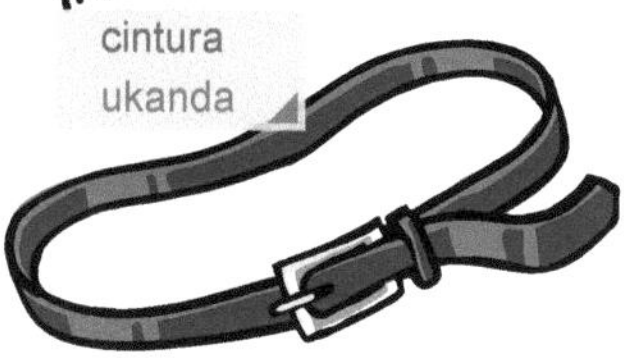

cintura
ukanda

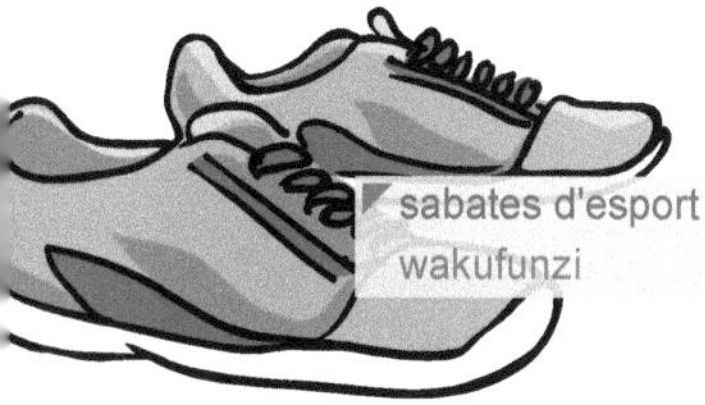

botes
viatu

plantofes
ndara

sabates d'esport
wakufunzi

sandàlies
malapa

sabates
viatu

botes de goma
mabuti ya mpira

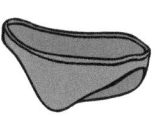

calçonets
suruali ya ndani

sostenidor
sidiria

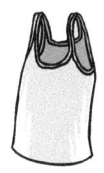

guardapits
fulana

jjustacòs
mwili

pantalons
suruali

jeans
dangirizi

faldeta
sketi

brusa
blauzi

camisa
shati

jersei
vuta

dessuadora
sweta

blazer
bleza

jaqueta
jaketi

mantell
koti

impermeable
koti la mvua

vestit de dona
maleba

vestit de dona
gauni

vestit de núvia
mavazi ya harusi

vestit d'home
suti

camisa de dormir
vazi la usiku

pijama
pajama

sari
sari

mocador de cap
skafu

turbant
kilemba

burca
burka

caftan
kaftan

abaia
abaya

vestit de bany
vazi la kuogelea

calçon(et)s de bany
vazi la kiume la kuogelea

pantalons curts
kaptura

xandall
teitei

davantal
aproni

guants
glavu

botó

kifungo

ulleres

glasi

braçalet

bangili

collaret

mkufu

anell

pete

orellera

herini

casquet

kofia

penjador

kiango cha koti

capell

kofia

corbata

tai

cremallera

zipu

casc

kofia

elàstics

kanda za suruali

uniforme escolar

sare za shule

uniforme

sare

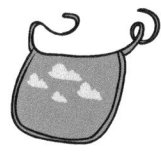

pitet

bibu

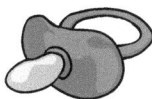

xumet

dummy

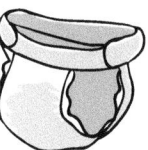

bolquer

nepi

oficina
ofisi

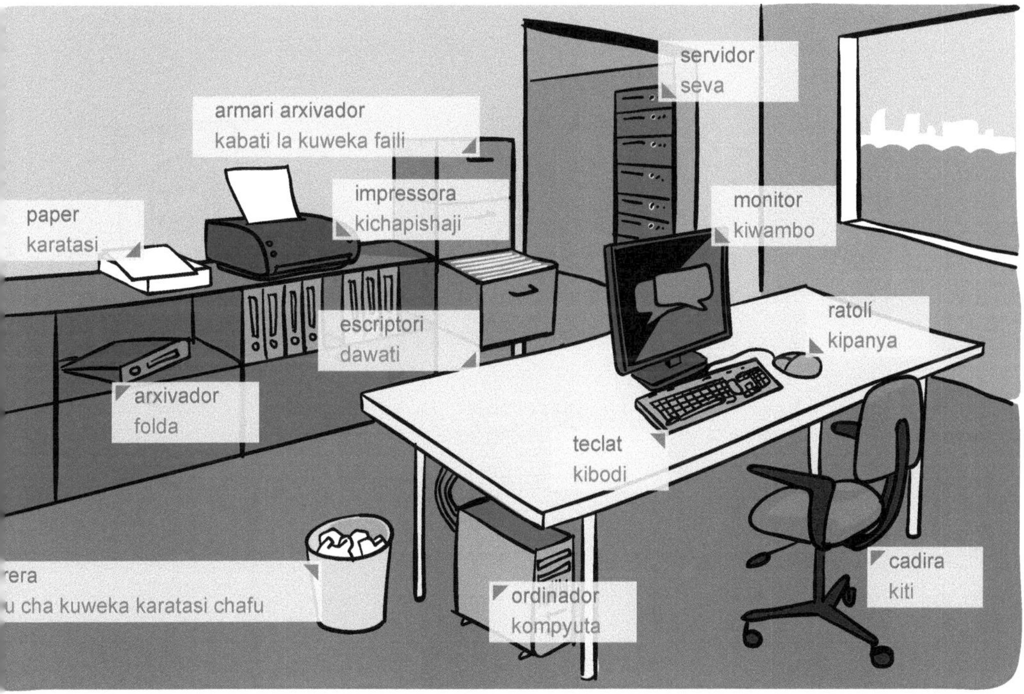
servidor
seva
armari arxivador
kabati la kuweka faili
impressora
kichapishaji
paper
karatasi
monitor
kiwambo
ratolí
kipanya
escriptori
dawati
arxivador
folda
teclat
kibodi
cadira
kiti
rera
u cha kuweka karatasi chafu
ordinador
kompyuta

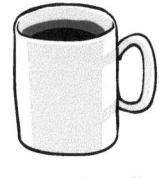

tassa de cafè

kmobe la kahawa

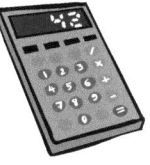

calculadora

kikokotoo

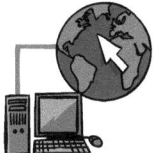

Internet

biashara

ordinador portàtil

mbali

lletra

barua

missatge

ujumbe

mòbil

rununu

xarxa

intaneti

fotocopiadora

fotokopia

programari

programu

telèfon

simu

presa de corrent

soketi

fax

kipepesi

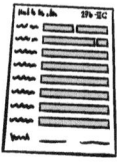

formulari

fomu

document

hati

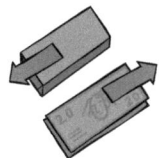

comprar
....
kununua

pagar
....
kulipa

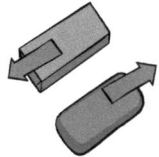

comerciar
....
biashara

diners
....
fedha

dòlar
....
dola

euro
....
yuro

ien
....
yeni

ruble
....
rouble

franc suís
....
faranga ya Uswisi

renminbi
....
renminbi yuan

rupia
....
rupia

caixa automàtica
....
eneo la kulipia

oficina de canvi
ofisi ya ubadilishanaji

or
dhahabu

argent
fedha

petroli
mafuta

energia
nishati

preu
bei

contracte
mkataba

impost
kodi

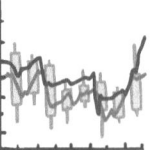

acció
bidhaa

treballar
kazi

treballador
mfanyakazi

empresari
mwajiri

fàbrica
kiwanda

botiga
duka

oficial de policia
afisa wa polisi

bomber
mzimamoto

cuiner
mpishi

doctora
daktari

pilot
rubani

jardiner
mtunza bustani

fuster
seremala

costurera
mshonaji

jutge
hakimu

química
mwanakemia

actor
muigizaji

conductor d'autobús

dereva wa basi

taxista

dereva wa teksi

pescador

mvuvi

dona de la neteja

mwanamke wa kusafisha

ensostrador

mwezekaji

cambrer

mhudumu

caçador

mwindaji

pintor

mchoraji

forner

mwokaji

electricista

umeme

obrer de la construcció

mjenzi

enginyer

mhandisi

carnisser

mchinjaji

llanterner

fundi bomba

correu

mwanaposta

soldat

mwanajeshi

arquitecte

msanifu majengo

caixera

keshia

florista

muuza maua

perruquer

msusi

revisor

kondakta

mecànic

mekanika

capità

nahodha

dentista

daktari wa meno

científic

mwanasayansi

rabí

rabbi

imam

imamu

monjo

mtawa

capellà

kasisi

eines
zana

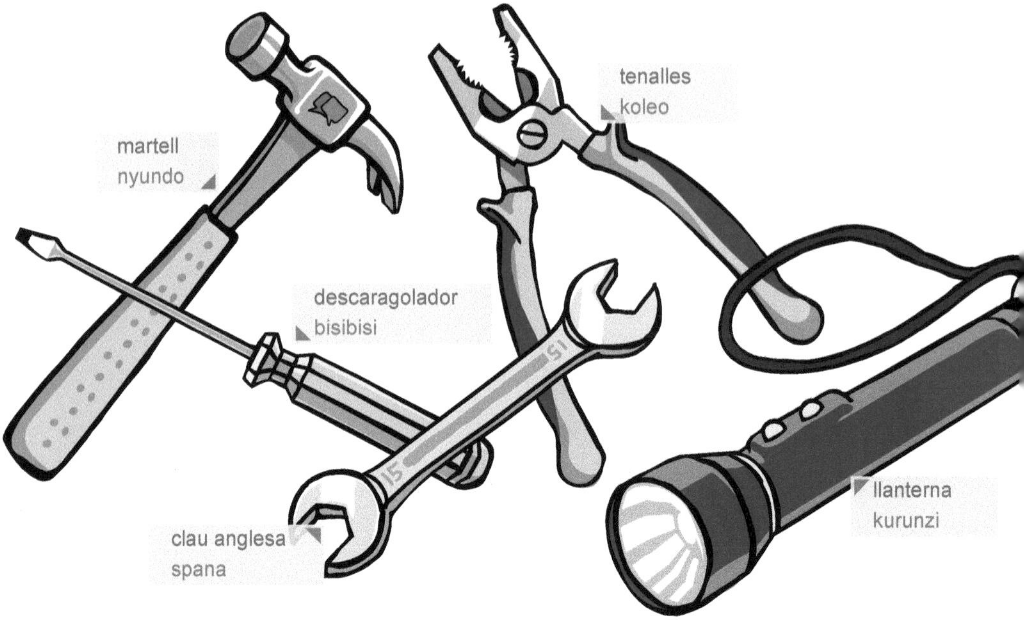
tenalles
koleo
martell
nyundo
descaragolador
bisibisi
llanterna
kurunzi
clau anglesa
spana

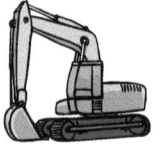

excavadora

mchimbaji

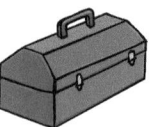

caixa d'eines

sanduku la vifaa

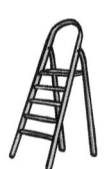

escala

ngazi

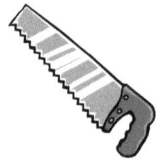

serra

msumeno

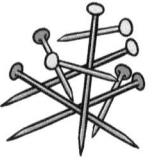

claus

misumari

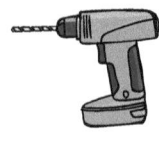

trepant

kuchimba visima

reparar

kukarabati

pala

sepetu

Maleït siga!

Lo!

pala

kishikio cha uchafu

pot de pintura

chungu cha rangi

caragols

skurubu

instrument de música

ala za muziki

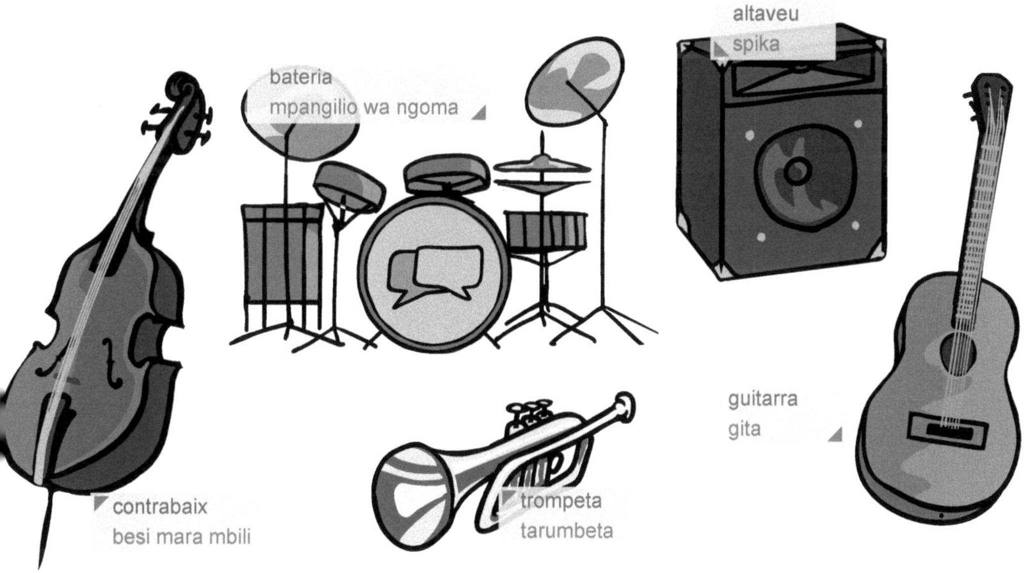

altaveu
spika

bateria
mpangilio wa ngoma

contrabaix
besi mara mbili

trompeta
tarumbeta

guitarra
gita

piano
piano

violí
fidla

baix
ubeji

timbal
timpani

tambor
ngoma

teclat
kibodi

saxofon
saksafoni

flauta
filimbi

micròfon
maikrofoni

bustani ya wanyama

tigre
simbamarara

entrada
lango la kuingia

gàbia
ngome

zebra
pundamilia

aliment per a animals
chakula cha mifugo

ós panda
panda

animals

wanyama

elefant

tembo

cangurú

kangaruu

rinoceront

kifaru

goril·la

sokwe

ós

dubu

camell

ngamia

estruç

mbuni

lleó

simba

simi

tumbili

flamenc

heroe

papagai

kasuku

ós polar

dubu

pingüí

penguini

ca mari

papa

paó

tausi

serp

nyoka

cocodril

mamba

guardià del zoo

mtunza wanyama

foca

muhuri

jaguar

jaguar

poni

mwanafarasi

lleopard

chui

hipopòtam

kiboko

girafa

twiga

àliga

tai

senglar

nguruwe mwitu

peix

samaki

tortuga

kobe

morsa

sili

guineu

mbweha

gasela

paa

futbol americà
soka ya marekani

ciclisme
uendeshaji baiskeli

tenis
tenisi

bàsquet
mpira wa kikapu

natació
kuogelea

boxa
ndondi

hoquei sobre gel
magongo ya barafuni

futbol americà
soka

bàdminton
vinyoya

atletisme
riadha

handbol
mpira wa mikono

esquí
skii

polo
polo

activitats
shughuli

riure
cheka
saltar
kuruka
abraçar
kumbatia
anar
kutembea
cantar
kuimba
somiar
ota ndoto
pregar
kuomba
fer un petó
busu

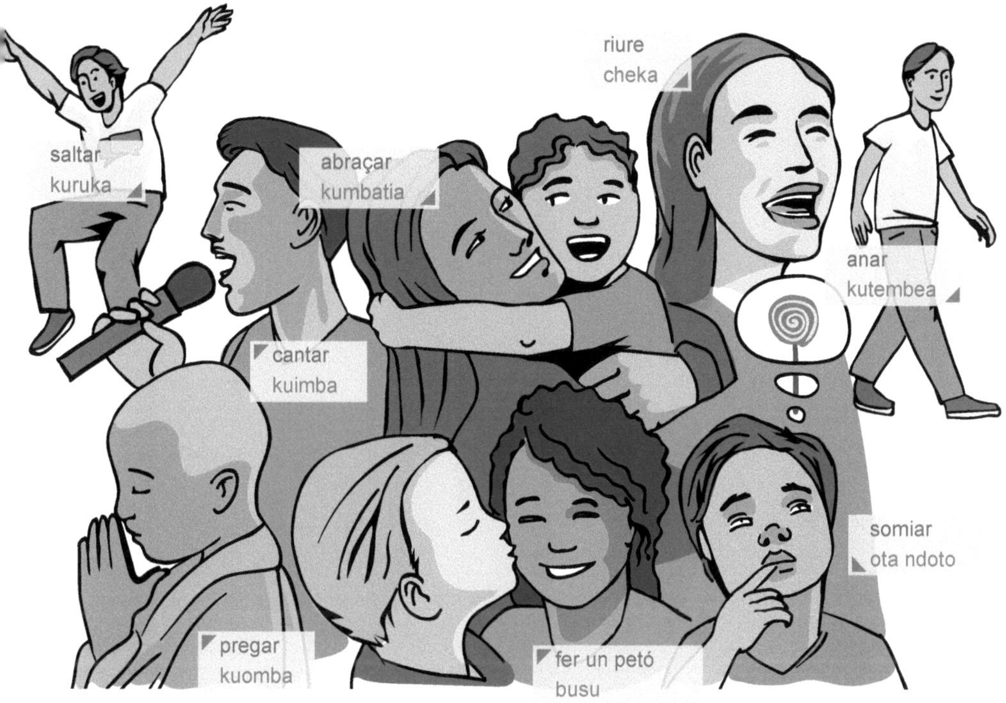

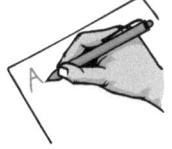

escriure
kuandika

dibuixar
kuteka

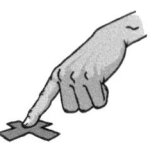

mostrar
angalia

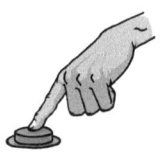

pitjar
sukuma

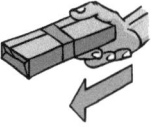

donar
kutoa

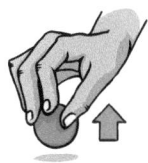

prendre
kuchukua

tenir
....
kuwa

fer
....
fanya

ésser
....
kuwa

estar dret
....
kusimama

córrer
....
kukimbia

estirar
....
vuta

llançar
....
kutupa

caure
....
kuanguka

jeure
....
hadaa

esperar
....
kusubiri

portar
....
kubeba

asseure's
....
kukaa

vestir-se
....
vaa nguo

dormir
....
usingizi

despertar-se
....
kuamka

activitats - shughuli

mirar

kuangalia

plorar

lia

amoixar

kiharusi

pentinar

chana nywele

parlar

ongea

comprendre

kuelewa

demanar

kuuliza

escoltar

kusikiliza

beure

kunywa

menjar

kula

endreçar

nadhifisha

estimar

upendo

cuinar

mpishi

conduir

gari

volar

kuruka

navegar
meli

calcular
kokotoa

llegir
kusoma

aprendre
kujifunza

treballar
kazi

casar-se
kuoa

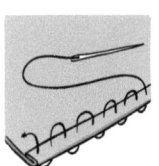

cosir
kushona

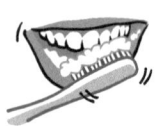

raspallar-se les dents
piga mswaki

matar
kuua

fumar
moshi

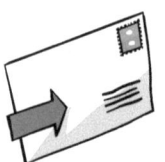

enviar
kutuma

família

familia

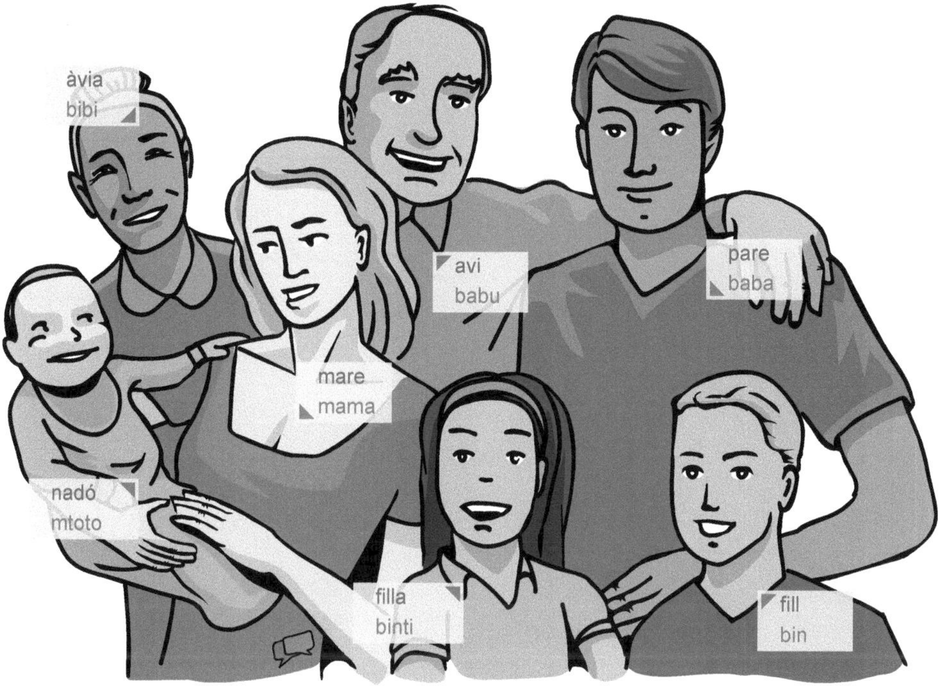

àvia
bibi
avi
babu
pare
baba
mare
mama
nadó
mtoto
filla
binti
fill
bin

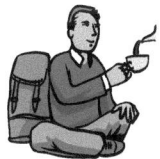

convidat

mgeni

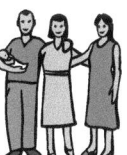

tia

shangazi

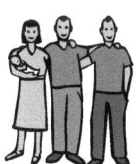

oncle

mjomba

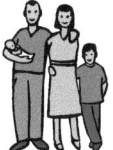

germà

kaka

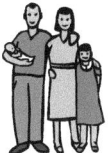

germana

dada

cos

mwili

front
paji la uso
ull
jicho
espatlla
bega
dit
kidole
cara
uso
barbeta
kidevu
mà
mkono
cama
mguu
pit
matiti
braç
mkono

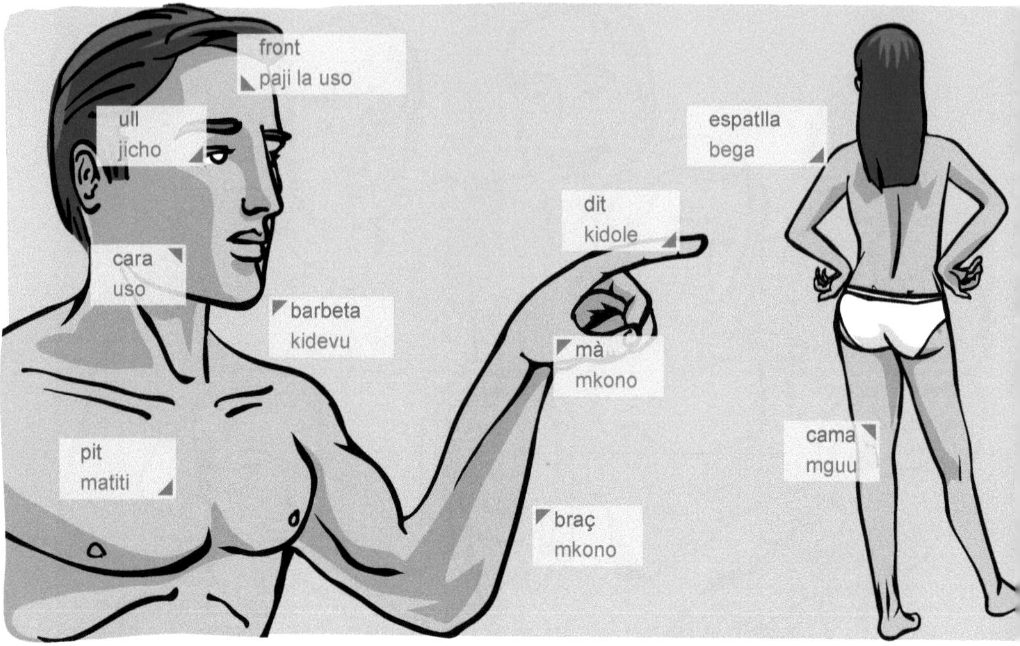

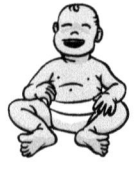

nadó

mtoto

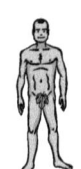

home

mwanamume

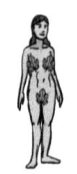

dona

mwanamke

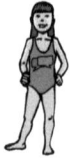

noia

msichana

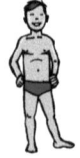

noi

mvulana

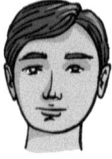

cap

kichwa

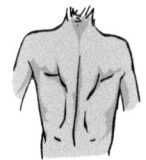

esquena

nyuma

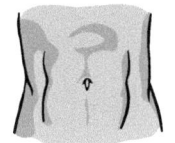

panxa

tumbo

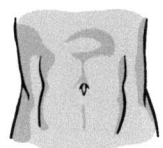

melic

kitovu

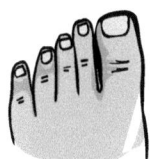

dit gros del peu

chano

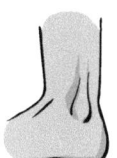

taló

kisigino

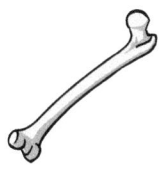

os

mfupa

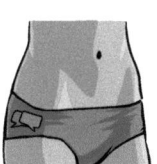

maluc

nyonga

genoll

goti

colze

kiwiko

nas

pua

cul

chini

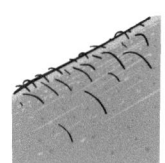

pell

ngozi

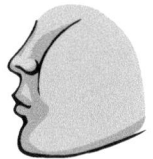

galta

shavu

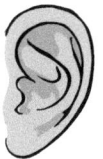

orella

sikio

llavi

mdomo

boca

kinywa

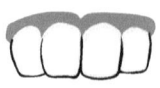

dent

jino

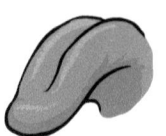

llengua

ulimi

cervell

ubongo

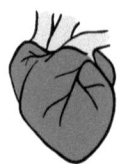

cor

moyo

múscul

misuli

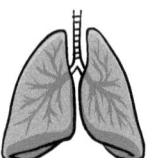

pulmó

pafu

fetge

ini

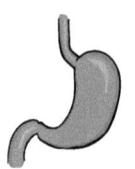

estómac

tumbo

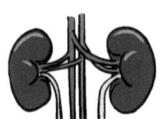

ronyó

figo

relació sexual

jinsia

preservatiu

kondomu

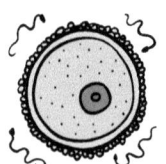

ovari

ovari

semen

shahawa

prenyat

mimba

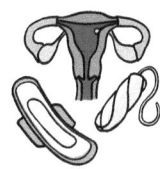

menstruació

hedhi

vagina

uke

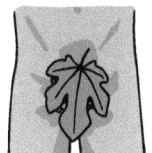

penis

uume

cella

unyusi

cabells

nywele

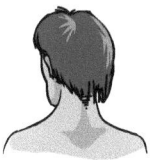

coll

shingo

hospital
hospitali

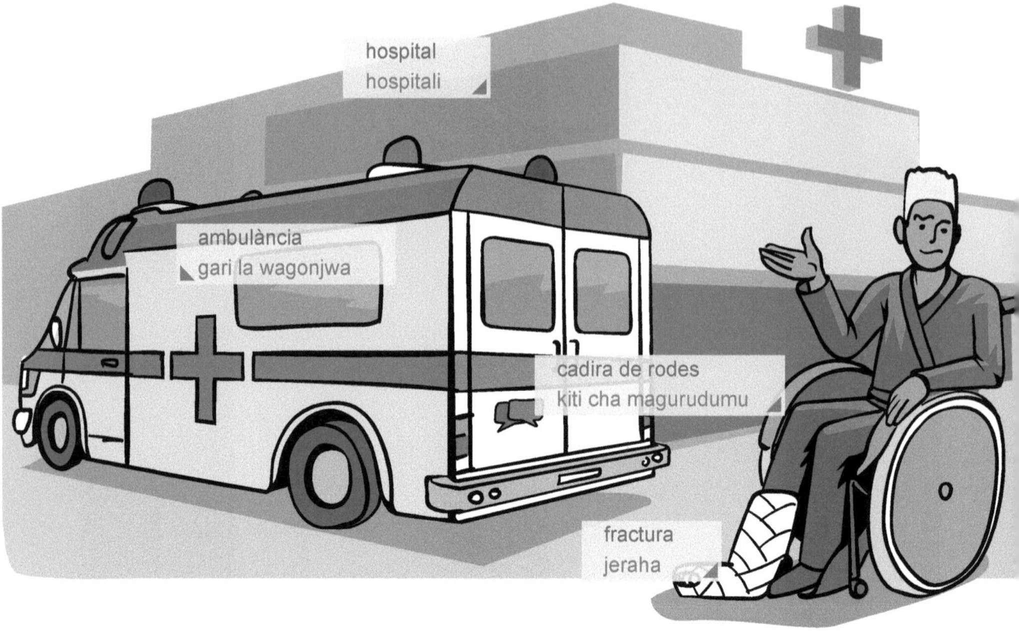

hospital
hospitali
ambulància
gari la wagonjwa
cadira de rodes
kiti cha magurudumu
fractura
jeraha

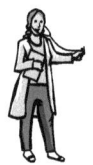

doctora
daktari

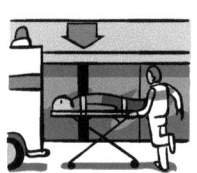

sala d'urgències
chumba cha dharura

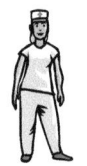

infermera
muuguzi

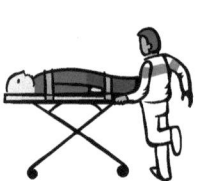

urgència
dharura

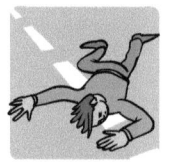

inconscient
kupoteza fahamu

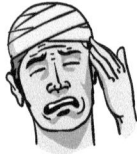

dolor
maumivu

ferida

kuumia

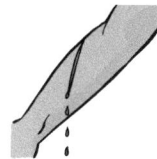

sagnament

kutokwa na damu

atac de cor

mshtuko wa moyo

apoplexia

kiharusi

al·lèrgia

mzio

tos

kikohozi

febre

homa

gripa

mafua

diarrea

kuharisha

mal de cap

maumivu ya kichwa

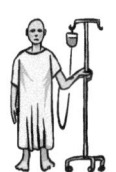

càncer

kansa

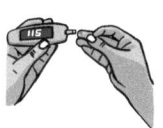

diabetis

ugonjwa wa kisukari

cirurgià

daktari mpasuaji

escalpel

kisu kidogo cha kupasulia

operació

operesheni

tomografia computada (TC), TAC

picha changanufu ya mwili

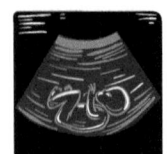

raigs x

Eksrei

ultrasò

mawimbi sauti

mascareta

barakoa ya uso

malaltia

ugonjwa

sala d'espera

chumba cha kusubiri

crossa

mkongojo

tireta

plasta

embenat

bendeji

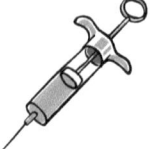

injecció

sindano

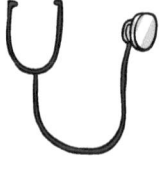

estetoscopi

stetoskopu

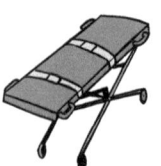

llitera

machela

termòmetre clínic

kipimajoto cha kliniki

pariment

kuzaliwa

sobrepès

unene kupita kiasi

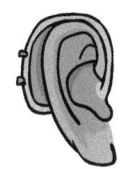

aparell auditiu
kusikia misaada

desinfectant
kipukusi

infecció
maambukizi

virus
virusi

VIH / SIDA
VVU / UKIMWI

medicina
dawa

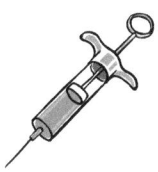

vaccí
chanjo

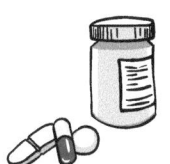

comprimits
vidonge

píl·lola
kidonge

trucada d'urgència
simu ya dharura

tensiòmetre
haemodainamometa

malalt / sà
mgonjwa / mwenye afya

Socors!

Msaada!

assalt

pigo

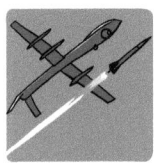

atac

shambulizi

perill

hatari

sortida-eixida d'urgència

lango la dharura

Foc!

Moto!

extintor

kizima moto

accident

ajali

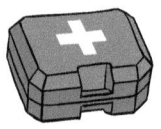

farmaciola de primers auxilis

vifaa vya huduma ya kwanza

SOS

wito wa msaada

policia

polisi

Europa

Ulaya

Amèrica del Nord

Amerika ya Kaskazini

Amèrica del Sud

Amerika ya Kusini

Àfrica

Afrika

Àsia

Asia

Austràlia

Australia

Atlàntic

Atlantiki

Pacífic

Pasifiki

Oceà Índic

Bahari ya Hindi

Oceà Antàrtic

Bahari ya Antaktiki

Oceà Àrtic

Bahari ya Aktiki

pol nord

Ncha ya Kaskazini

pol sud
Ncha ya Kusini

Antàrtida
Antaktika

terra
dunia

país
nchi

mar
bahari

illa
kisiwa

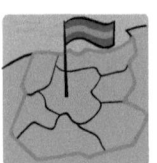

nació
taifa

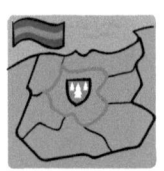

estat
jimbo

quadrant

uso wa saa

agulla de les hores

akrabu ya saa

agulla dels minuts

akrabu ya dakika

agulla dels segons

akrabu ya sekunde

Quina hora és?

Ni saa ngapi?

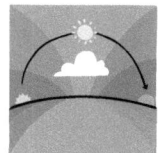

dia

siku

temps

wakati

ara

sasa

rellotge digital

saa ya dijitali

minut

dakika

hora

saa

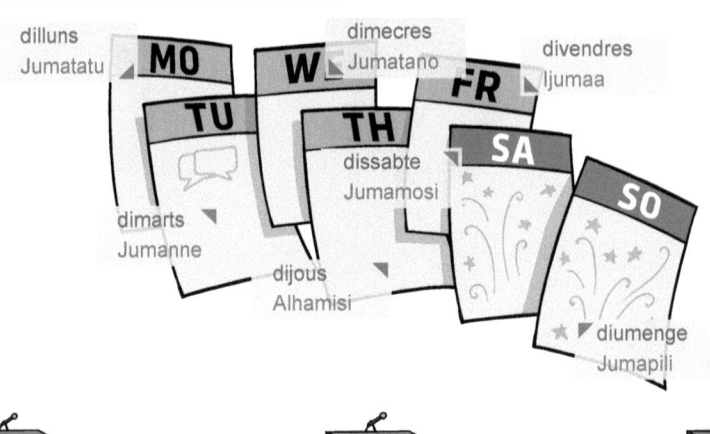

dilluns / Jumatatu
dimecres / Jumatano
divendres / Ijumaa
dimarts / Jumanne
dissabte / Jumamosi
dijous / Alhamisi
diumenge / Jumapili

ahir
jana

avui
leo

demà
kesho

matí
asubuhi

migdia
saa sita mchana

tarda
jioni

dia feiner
siku za biashara

cap de setmana
mwishoni mwa wiki

pluja
mvua

arc de Sant Martí
upinde wa mvua

neu
theluji

vent
upepo

primavera
majira ya machipuko

tardor
vuli

estiu
kiangazi

hivern
majira ya baridi

4.APRIL	11°	☀
5.APRIL	4°	🌧
6.APRIL	13°	🌧
7.APRIL	8°	❄
8.APRIL	10°	☀

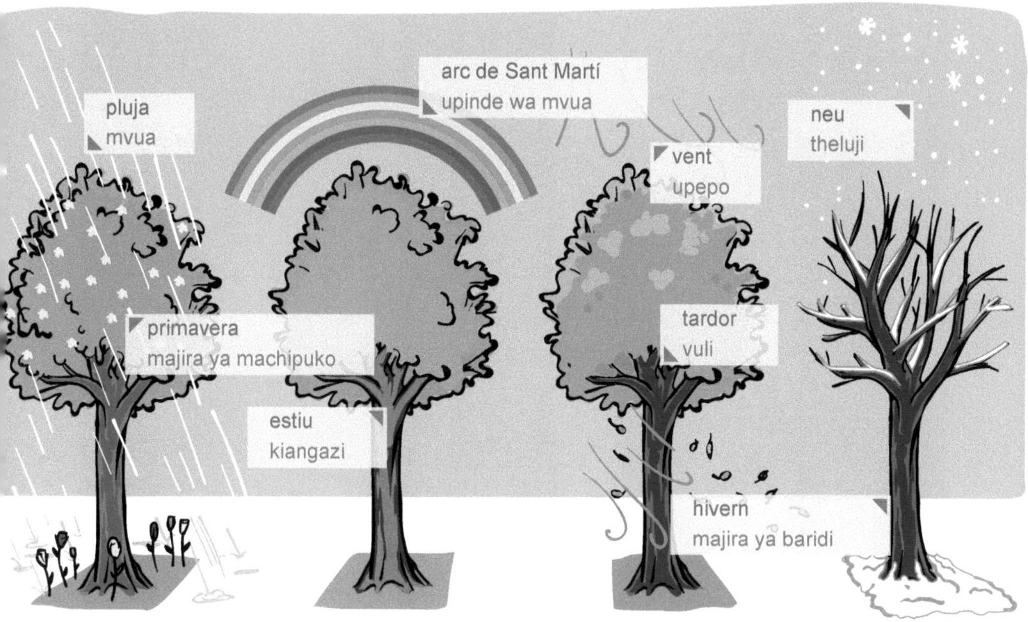

pronòstic del temps
utabiri wa hali ya hewa

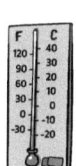

termòmetre
kipimajoto

llum del sol
mwanga wa jua

núvol
wingu

boira
ukungu

humiditat de l'aire
unyevu

llamp
....
umeme

tro
....
radi

tempesta
....
dhoruba

calamarsa
....
mvua ya mawe

monsó
....
monsuni

inundació
....
mafuriko

gel
....
barafu

gener
....
Januari

febrer
....
Februari

març
....
Machi

abril
....
Aprili

maig
....
Mei

juny
....
Juni

juliol
....
Julai

agost
....
Agosti

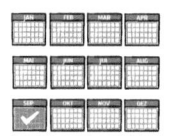

setembre

Septemba

octubre

Oktoba

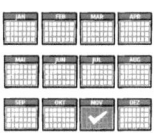

novembre

Novemba

desembre

Desemba

formes

maumbo

cercle

mduara

quadrat

mraba

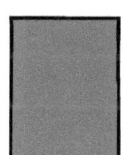

rectangle

mstatili

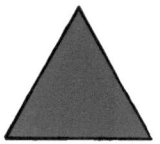

triangle

pembetatu

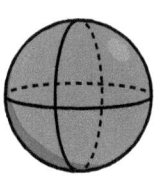

esfera

nyanja

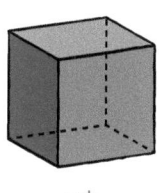

cub

mchemraba

blanc

nyeupe

groc

manjano

taronja

chungwa

rosa

rangi ya waridi

vermell

nyekundu

lila

hudhurungi

blau

bluu

verd

kijani

marró

hanja

gris

jivujivu

negre

nyeusi

molt / poc

mengi / kidogo

emprenyat / tranquil

hasira / pole

bonic / lleig

nzuri / mbaya

començament / fi

mwanzo / mwisho

gran / petit

kubwa / ndogo

clar / fosc

angavu / giza

germà / germana

kaka / dada

net / brut

safi / chafu

complet / incomplet

kamilika / tokamilika

dia / nit

siku / usiku

mort / viu

wafu / hai

ample / estret

pana / nyembamba

comestible / immenjable

kulika / kutolika

dolent / amable

ovu / ema

entusiasmat / entediat

sisimkwa / udhika

gros / prim

nene / nyembamba

primer / darrer

kwanza / mwisho

amic / enemic

rafiki / adui

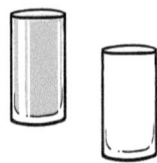

ple / buit

jaa / tupu

dur / tou

ngumu / laini

pesant / lleuger

nzito / nyepesi

gana / set

njaa / kiu

malalt / sà

mgonjwa / mwenye afya

il·legal / legal

haramu / kisheria

intel·ligent / ximple

akili / kijinga

esquerra / dreta

kushoto / kulia

prop / llunyà

karibu / mbali

nou / usat

mpya / kutumika

res / quelcom

kitu / jambo

vell / jove

zee / changa

encès / apagat

waka / zima

obert / tancat

wazi / fungwa

silenciós / sorollós

utulivu / kelele

ric / pobre

tajiri / masikini

correcte / incorrecte

sahihi / kosa

aspre / suau

mbaya / laini

trist / content

huzunika / furahia

curt / llarg

fupi /ndefu

lent / ràpid

polepole / haraka

humit / sec - eixut

nyevu / kavu

calent / fred

joto / baridi

guerra / pau

vita / amani

0

zero

sufuri

1

u

moja

2

dos

mbili

3

tres

tatu

4

quatre

nne

5

cinc

tano

6

sis

sita

7

set

saba

8

vuit

nane

9

nou

tisa

10

deu

kumi

11

onze

kumi na moja

12

dotze

kumi na mbili

13

tretze

kumi na tatu

14

catorze

kumi na nne

15

quinze

kumi na tano

16

setze

kumi na sita

17

disset

kumi na saba

18

divuit

kumi na nane

19

dinou

kumi na tisa

20

vint

ishirini

100

cent

mia

1.000

mil

elfu

1.000.000

milió

milioni

anglès

Kiingereza

anglès americà

Kiingereza cha Marekani

xinès mandarí

Kimandarini cha Uchina

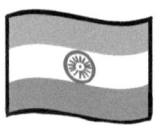

hindi

Kihindi

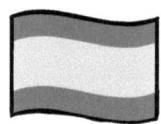

espanyol

Kihispania

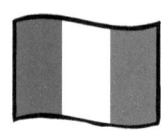

francès

Kifaransa

àrab

Kiarabu

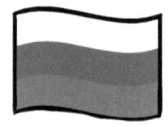

rus

Kirusi

portuguès

Kireno

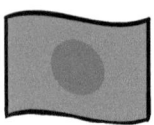

bengalí

Kibengali

alemany

Kijerumani

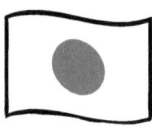

japonès

Kijapani

jo

mimi

tu

wewe

ell / ella / allò

yeye / yeye / ni

nosaltres

sisi

vosaltres

wewe

ells

wao

qui?

nani?

què?

nini?

com?

jinsi gani?

on?

wapi?

quan?

lini?

nom

jina

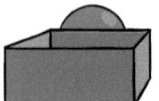

darrere

nyuma

en

katika

davant de

mbele ya

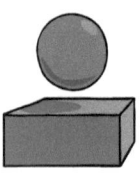

damunt

juu ya

sobre

kwenye

sota

chini ya

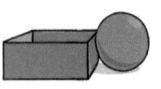

al costat

kando

entre

kati

lloc

mahali